பச்சை நாயகி

நாஞ்சில் நாடன்

பச்சை நாயகி

கவிதைகள்

நாஞ்சில் நாடன்

உயிர் எழுத்து பதிப்பகம்
9 முதல் தளம், தீபம் வணிக வளாகம், கருமண்டபம், திருச்சி-1

பச்சை நாயகி : கவிதைகள். ஆசிரியர் : நாஞ்சில் நாடன் உரிமை: நாஞ்சில்நாடன் முதல் பதிப்பு : டிசம்பர், 2010. வெளியீடு : உயிர் எழுத்து பதிப்பகம் 9, முதல் தளம், தீபம் வணிக வளாகம், கருமண்டபம், திருச்சி - 620001 தொலைபேசி : 91-0431-6523099; 99427 64229 மின்னஞ்சல்: *uyirezhutthu@gmail.com.* அட்டை அச்சாக்கம்: பிரிண்ட் ஸ்பெஷாலிட்டீஸ், சென்னை 600 014. அச்சாக்கம்: மணி ஆப்செட், சென்னை 600 005. தாள்: 18.6 கிகி மேப்லித்தோ. பக்கம்: 96 விலை: 60.

உயிர் எழுத்து பதிப்பக வெளியீடு : 23

ISBN 978-81-910296-6-6

Patchai Nayagi : Poems. Author: Nanjil Nadan. © Nanjil Nadan. Language: Tamil. First Edition: December 2010. Size: Demy 1 x 8. Paper: 18.6 kg maplitho. Pages: 96. Copies: 500. Published by Uyir Ezhutthu Pathippagam, 9 First Floor, Deepam Complex, Karumandapam, Thiruchirappalli- 620 001. India. Phone: 0431-6523099. Email: *uyirezhutthu@gmail.com* Wrapper Printed at Print Specialities, Chennai 600 014. Printed at Mani Offset, Chennai 600 005. Price Rs. 60.

நன்றி

உயிர் எழுத்து
வார்த்தை
தீராநதி
யுகமாயினி
வடக்குவாசல்
அம்ருதா
மணல்வீடு
சங்கு
ஓம்சக்தி தீபாவளி மலர்
ரசனை

நாஞ்சில் நாடனின் பிறநூல்கள்

நாவல்

தலைகீழ் விகிதங்கள்	1977
என்பிலதனை வெயில் காயும்	1979
மாமிசப் படைப்பு	1981
மிதவை	1986
சதுரங்கக் குதிரை	1993
எட்டுத் திக்கும் மதயானை	1998
Against All Odds	2009
(எட்டுத்திக்கும் மதயானை மொழிபெயர்ப்பு)	

சிறுகதை

தெய்வங்கள் ஓநாய்கள் ஆடுகள்	1981
வாக்குப் பொறுக்கிகள்	1985
உப்பு	1990
பேய்க்கொட்டு	1994
பிராந்து	2002
முத்துக்கள் பத்து	2007
நாஞ்சில் நாடன் கதைகள்	2004
(முழுத்தொகுப்பு)	
சூடிய பூ சூடற்க	2007

கட்டுரை

நாஞ்சில் நாட்டு வெள்ளாளர் வாழ்க்கை	2003
நஞ்சென்றும் அமுதென்றும் ஒன்று	2003
நதியின் பிழைன்று நறும்புனல் இன்மை	2006
காவலன் காவான் எனின்	2008
தீதும் நன்றும்	2009

கவிதை

மண்ணுள்ளிப் பாம்பு	2001

சமர்ப்பணம்

சொல்லொன்றில்
கங்கு கனலச் செய்யும்
சௌந்தர் வல்லத்தரசு
அண்ணாவுக்கு

இந்தப் பாடல்கள்
முழுமை அல்ல
உணர்ச்சிக் கோடரி
உள்ளம் பிளக்கையில்
தெறித்து விழுந்த
படிமச் சிலாம்புகள்
பட்டறை மீது
பாட்டுருவங்கள்
வடிக்கப் பெறுகையில்
ஓடித்தெறித்த
ஒளிச் சிதறல்கள்'

'உயிர்ப்பின் அதிர்வுகள்'
தொகுப்பில்
ம.இல.தங்கப்பா.

வினா

வீடு புறந்தள்ளுகிறது துணித்து
வெளியோ எனில் உகந்த இடமாயும் இல்லை
காடு அதுவே தவிக்கிறது பதங்குலைந்து
தத்துவப் புல்வெளிகளில் ஊர்வன வல்லரவுகள்
வரலாற்று யாறுகளில் உண்மை
தவிர்த்த பிறவெல்லாம்
அரசோ நம்மைக் கணக்கெடுத்துக்
கொள்ளவே இல்லை
உடல் இளைத்து கொழுப்பறுத்து
நெடுநாள் வாழ
நடந்து தீரவில்லை இன்னும்
பாரநாள் வாழ்ந்தென்ன செய்ய
எனும் வினா கூடவே வருகிறது நடந்து

●

எவர் எழுதக் காத்திருக்கிறீர்?

பூவுலகத்தைப் புதுக்கி எடுக்கும் ஒப்பற்ற
வரிகளை
உம்மில் எவர் எழுதக் காத்திருக்கிறீர்?
பூமிப்பந்தைப் புரட்டிப் போட்ட
நெம்புகோல் கவிதை யாத்தவர் ஒரு பால்,
மனித குலத்து மகத்துவ விடுதலைச்
சங்கெடுத்து ஊதிச் சடைத்தவர் ஒரு பால்,
மதம் மெழி தேச எல்லைகள் நீத்து
சிலுவைப்பாடு சுமந்தவர் ஒரு பால்,
எழுதிய கவிதைக் காகிதம் கனன்று
புரட்சித் தீயை வளர்த்தோர் ஒரு பால்,
ஏராளமாக இருப்பவர் இடையே
பூவுலகத்தைப் புதுக்கி எடுக்கும் ஒப்பற்ற
வரிகளை
உம்மில் எவர் எழுதக் காத்திருக்கிறீர்?

பணி இடத்துப் பதுங்கு குழிகளில் பாயும்
செம்பொன்,
வதுவைப் பெண்டிரை அணெங்கென அஞ்சி
முகாம்களில் தனித்த மது நீராடல்,
வாழ்வில் வாய்த்தவள் கவிதையில் தோயா
காய சண்டிகை என ஒப்பாரி,
பாலியல் விடுதலை கூவிய கவிக்கு
பரத்தமை யாசித்து விடுக்கும் தூது,
மகளிர் அரங்கில் மாதவிலக்கின் பதற்றம்
பகர்ந்தவள் சுழற்சி ஆய்ந்த ஏளனம்,
எல்லாம் கடந்து கவிதைக் கடல்தனில் நீந்தி
பூவுலகைப் புதுக்கி எடுக்கும் ஒப்பற்ற வரிகளை
உம்மில் எவர் எழுதக் காத்திருக்கிறீர்?

அரசு கட்டில் அமர்ந்தவர், அமர நிற்பவர்,
பெருந்தொழிலதிபர், சினிமாத் தெய்வம்,
அரியணைத் தீமைக்கு செங்கோல் உடைவாள்
கொற்றக்குடை சாமரம் சேவகம் புரிவோர்
யாவரின் முன்பும் இடுப்பு வளைந்து
கையது கொண்டு மெய்யது பொத்தி
அழுக்குப் பொதிபோல் சொந்தக் கவிதை
முதுகில் சுமந்து கூன்பிறை நெற்றி
நிலம்படப் பணிந்து கூசி ஒதுங்கி நிற்கும்
உம்மில் எவர் எழுதக் காத்திருக்கிறீர்
பூவுலகத்தைப் புதுக்கி எடுக்கும் ஒப்பற்ற
வரிகளை?

'உம்மை அறிந்தோ தமிழை ஓதினேன்?
நாமார்க்கும் குடியல்லோம் நமனை அஞ்சோம்!
கருணை இலா ஆட்சி கடுகி ஒழிக!
பரந்து கெடுக உலகியற்றியான்!
காடும் மலையும் எங்கள் கூட்டம்!
கல்லாதது உலகளவு!
மற்றுள குழுவை யெல்லாம் மானுடம் வென்ற
                                    தம்மா!'

என வாட்போல் பாயும் வரிசைப் புலவர்
வீச்சும் வேகமும் ஆழமும் விரிவும்
பாய்ச்சலும் பன்முகப் பார்வையும்
தயையும் தர்ம சிந்தையும்
பிதுரார்ஜிதமாய் வாய்த்த நவகவிக் கொற்றவ!

உம்மில் எவர் எழுதக் காத்திருக்கிறீர்
பூவுலகைப் புதுக்கி எடுக்கும் அந்த
ஒப்பற்ற வரிகளை?

●

அறம் பாடுதல்

பல்சான்றீரே! பல்சான்றீரே!
பாடையின் வரவு பார்த்திருக்கின்ற
பல்சான்றீரே! பல்சான்றீரே!

நாய் நன்று, நரி மிக நன்று,
ஓநாய் என்பதோ உயர்ந்த ஒன்று,
எனும்படியான இனமொன்று ஈண்டு,
கோல் கொண்டு எம்மை ஆற்றுப் படுத்தும்.

பொய்யர், சூதர், கொலைஞர், குற்றம்
யாவையும் கலையாய்ப் பயின்றவர்,
கொடிய கயவர், என்றுள யாவரின்
தீயசாறு திறமாய்ப் பிழிந்து,
வடித்துக் காய்ச்சி, வாற்றிக் குறுக்கித்,
தாது எனப் பருகிய பாதக இனம் அது.

செறுவார் செருக்கு அறுக்கும் வாளெனச்
செய்க பொருள் என்று ஐயன் சொன்னான்
ஐயன் வாக்கு அருள்வாக்கு ஆமென
சேயின் சேயின் சேயின் சேய்க்கும்
செல்வம் சேர்க்கும் தீந்தமிழ் இனமது.

அவர்தாம் எமது சோதி, ஆத்தாளின்
அண்டமெலாம் பூத்தாளின் வடிவம்,
தொல் இன மேய்ப்பர், இறைவர்,
என்றெலாம் போற்றித் திரியும்
பல் சான்றீரே!

தம்குறி நீட்டித் தாய்வாய்ச் செருகும்
தகையவர் தொழுது,
தரைதொடப் பணிந்து,
நெற்றி நிலம்பட
நீளமாய்க் கிடந்து,
உலா, அந்தாதி, தூது, பள்ளு, பரணி
கலம்பகம், பிள்ளைத்தமிழ், பாவை, எனத்
தாயினும் சாலப் பரிந்து
தண்தமிழ் கொண்டு தாழ்ந்தோரைப் பாடும்
பல்சான்றீரே! பல்சான்றீரே!

உயர்வகை மதுவும் கடமான் கறியும்
கென்டகி சிக்கனும் ப்ளாக் பாரெஸ்ட்டும்
கீழ்த்திசை நாட்டின் உழிச்சலும் பிழிச்சலும்
இணங்கி ஏற்று, இன்பம் துய்த்து,
நேற்றும் இன்றுமாய் வளர்ந்த உமதுடல் தன்னைப்
பட்டினத்துப் பிள்ளை பாடியது போல,
'எரி எனக்கென்னும் புழுவோ
   எனக்கென்னும் இந்தமண்ணும்
சரி எனக்கென்னும் பருந்தோ
   எனக்கெனும் தான்புசிக்க
நரி எனக்கென்னும் நாய்
   எனக்கென்னும்!'

நெடிது நாள் உழைத்தும், வளர்த்தும் சேர்த்தும்,
செம்மாந்து நிற்பதாய்த் தோன்றும் உம்புகழ்,
எதிர்காலத்து இளம் தலைமுறைக்கு,
கொசுக்கள் ஆயும் சாக்கடையாக,
குவிந்து நாறும் குப்பை மேடாக,
வெட்டிக் களைந்த மயிரது போல,
வீதிதோறும் வெறிதே அலையும்.
எழுதிக் குவித்த எல்லாம் ஒருநாள்
மலம்துடைத் தெறியும் காகிதம் ஆகும்.

வெட்டியும் பிடுங்கியும் எரித்தும் ஒழிக்கும்
முட்கள் பூத்த நச்சுக் காய்த்த
களைச் செடி ஆகும்.

தமிழ்
என்பது உயிரும் வளர்க்கும்
ஓங்கியும் எரிக்கும்!

இச்சகம் பேசி, இளித்துக் காட்டிச்
சேர்த்தது எதுவும் சேகரம் அல்ல.

நாவும் குழறி செவியும் மயங்கி
குடலும் சுருங்கி நடையும் தளர்ந்து
கண் பஞ்சடைந்து காலன் வந்தெய்தும்
நாள் வந்தாச்சு!

கரும்பெனக் கையில் பற்றிய பாம்பு
கொடும் விடம் தன்னைக் குருதியில் ஏற்றிக்
கொன்றே நீங்கும்!

உடலும் உயிரும் புகழ் எனச்
சேர்த்துக் கொண்டன யாவும்
காற்றில் கரைந்து காணாப்போகும்.
ஆயும் காலம் ஆய்ந்தது போதும்
மேயும் காலம் மேய்ந்ததும் போதும்
தேயும் காலம் தீர்ந்தும் போகும்
திறமாய்ச் சிலவே செய்துதான் பாரும்.

பல்சான்றீரே! பல்சான்றீரே!
பாடையின் வரவு பார்த்திருக்கின்ற
பல்சான்றீரே!

காமம் செப்பாது

பாசம் நேசம் பரிவு அன்பு நட்பு
பிரியம் பிணைப்பு கனிவு கரிசனம்
யாவற்றினுள்ளும் சுருண்டு கிடக்கும்
காமம் என்னும் ராஜ வெம்பாலை
நலிந்து வசமாய் வாய்த்த வட்டம்
பிரிய ஊக்கம் அற்று
படம் விரித்துக் கூசி நின்றது

காதல் எனும் சொல்லுரைக்க
பிளவு பட்ட நா நீட்டித் துழாவும்
சரசரவெனச் சுருள் பிரியும்
இழுத்து வாங்கிய காற்றில் பை நிரப்பிப்
படம் எடுக்கும்

காமத்துப் பாம்பில் வாலிபமென்ன வயசென்ன
ஆணென்ன பெண்ணென்ன
அழகென்ன அதிரூபமென்பதென்ன
பரமசிவன் கழுத்தில் படமெடுத்து ஆடுவது
உடலா மனமா

காமம் அணங்கும் பிணியும் அன்றென்றான்
குறுந்தொகைப் புலவன் மிளைப் பெருங்கந்தன்

காமம் கையறு நிலையல்ல கை மீறிய நிலை

பாரதியைத் திரும்பவும் படியுங்கள்
'காதலினால் மானுடர்க்குக் கலவி யுண்டாம்
கலவியிலே மானுடர்க்குக் கவலை தீரும்
காதலினால் மானுடர்க்குக் கவிதை யுண்டாம்
கானமுண்டாம் சிற்ப முதற் கலைகள் உண்டாம்
ஆதலினால் காதல் செய்வீர் உலகத்தீரே
காதலினால் சாகாமல் இருத்தல் கூடும்
கவலை போம் அதனாலே மரணம் பொய்யாம்'

காதல் பட்டினத்தடிகளின் சீடர் பத்ரகிரி எனில்
காமம் அவருடன் உறையும் நாய்
பிறவிப் பெருங்கடல் நீந்திக் கடப்பதும்
காமக் கடும்புனல் துழா அய்க் கரை சேர்வதும்
ஒரு கணக்கில் ஒன்றுதான்
சிற்றின்பம் என்பதும் பேரின்பம்
பேரின்பம் என்பதோர் சிற்றின்பம்

தன்பாற் காமம் எதிர்பாற் காமம்
கூடா ஒழுக்கம் கைக்கிளை பெருந்திணை
என இறுக்கிக் கட்டி இற்செறித்தாலும்
கண்ணி தெறித்துக் கதிக்கப் பாய்வது காதல் வேகம்
காதலும் காமமும் உயிரும் விடுக்கும்
உயிரும் கொடுக்கும்

ஆதலினால் மானுடரே காதல் செய்வீர்!
●

கல்லும் கவியும்

மனதறிந்து குலவுகிறது காற்று
மரங்களுக்கும் மறுப்பில்லை
முன்னிரவில் சிலம்பிய புட்களெல்லாம்
பசியாறி சிறகோய்ந்து இறகின் கதகதப்பில்
பார்ப்புகளைச் சேர்த்தணைத்து
நாளைய பறப்பின் தூரங்களைக்
காத்திருக்கும்

பாம்புகள் வீடு தோறிரந்தும்
பசியறாது அயர்ந்த வெற்றராய்
தேரையும் சுண்டெலிகளும் பறவை முட்டைகளும்
தேடி ஊர்வது காண மனதிரங்கும்
கையும் காலும் சிறகும் அற்றது கட்செவி
விடம் சுமந்தும் நடப்பன சில
எனில் நெஞ்சில் மானுட வஞ்சமன்று
இறந்தும் போகிறார் விடத்தாலும் பயத்தாலும்
உலகில் பாம்பினங்களுக்குத்தான்
அத்தனை அவப்பெயரும்

கல்லும் உயிரினந்தான்
உண்பதில்லை, தானாய் நகர்வதில்லை, வளர்வதில்லை,
ஊழிக்கும் ஒரு உட்சுவாசம் கொள்வதில்லை
எத்தனை துகள்களாய்ச் சிதறினாலும்
சாக மறுக்கும் சீவனது
கவி போல் காலம் வென்று நிற்பது
மண்மீது தீராக் காதலும் கொண்டது.

•

வீடு பேறு

உதயாதி நாழிகை ஐம்பத்தொன்பதுக்கு
சிரசு உதயமாகிப் பிறந்தது ஆத்தாள் வீடு
சாலையோர எருக்குப்போல குருக்குப்போல
வளர்ந்தது அம்மை வீடு சித்தி வீடு
மேற்படிப்பில் ஈராண்டு நொய்ந்த மாணவ விடுதி
மும்பையில் கைகளை வீசி நடப்பதை நாணிக்
கைகளைக் கட்டியே நடக்கையில்
சோப்டாப்பட்டி, பொங்காடு, சால், பேரக்ஸ்,
அடுக்களை, ஒன்ரூம் கிச்சன் என ஆறு
மணமான பின்பு சோபானம் தாம்பத்யம்
மக்கட்பேறு அவர்தம் கல்வி என நான்கு
மகளுக்கு மணம் பேச நடக்கையில்
இன்று மேலும் ஒன்று

ஊதியம் இருநூற்றுப்பத்து வெள்ளிப்பணம்
வீட்டு விலை இரண்டு இலக்கம்
நாலாயிரம் வாங்குகையில் பத்திலக்கம்
இன்றெமது வருமானம் ஓய்வூதியம்
இல்லத்து விலை இலக்கம் முப்பத்தைந்து

ஓடியவாறிருந்த கூன் முதுகு ஒட்டகம்
கிழடு தட்டித் தேய்ந்தது தளர்நடையாக

வீடு பேற்றுக்கு முன்பாக
மகள்வீடோ மகன் வீடோ
யாவர்க்கும் பொதுவாக முதியோர் இல்லமோ
வாய்த்தலும் ஆகும்

ஆய்ந்து அறிந்து அடங்கிய ஐயன்
அறம் பொருள் இன்பம் என்றவன்
வீட்டை மட்டும் சொன்னான் இல்லை
நடுவணது எய்த இருதலையும் எய்தும்
ஆதலால் வீடும் எய்தும் என விட்டிருப்பான்

அட்டையில் அமைந்த இருண்ட வீடுகளில்
தேர்ந்தும் தெரிந்தும் நேசித்தும் வாசித்தும்
அடக்கிய நூல்கள் மூச்சு முட்டிக் கிடந்தன

செத்துப் போயிருக்கலாம் சில
காற்றும் வெயிலும் காட்டி அடுக்கினால்
பிழைத்துப் போகலாம் சில

வளியும் ஒளியும் கண்டு உய்யும் பல
வாழும் தரமற்று இறந்தும் போகின்றன
இறந்தே பிறந்தவை பிறந்தும் இறப்பவை
காலத்துக்கு என்ன கணக்கு?.

முழங்கை இடிக்க, முட்டுத் தட்ட
ஒருத்தன் வெளிச்சுவாசம் மற்றவன் உட்சுவாசம்
ஆற்றாமை போதாமை ஆய பல வெப்பம்
சொந்தக்காரன் சூளையில் வேகப்
புத்தகங்கள் என் செயும்?

எனினும்
இடம் மாற, கிழிபட, மூலை மடங்க, கசங்க,
வெறுத்து வெளியே எறிபடக் கசந்து
புத்தகங்கள் சொந்த வீட்டை
மிக நேசிக்கின்றன அல்லது யாசிக்கின்றன.

மொழியும் சைகையும்

உள்ளும் புறமும் கரிய வராக நிறம்
அதிகாரம் பணம் பதவி கண்ட
வாலின் சுழி இனக்குணம்
வறண்ட மலம் Staple Fibre Food

குறிஞ்சி கருங்குவளை நீலம்
சங்குபுட்பம் நீலாம்பல் கருநொச்சி
கருந்துளசி நீலஊமத்தை எனக்
கபிலன் குறித்த, குறிக்க மறந்துபோன
யாவும் சட்டியில் வளரும் குரோட்டன்

அருங்காட்சியகங்களில் உருவம் நட்டு
இனப்பெயர் வரையப்படும்
சங்கம் காப்பியங்கள் முப்பால் கம்பன்
யாவும் சொத்தாக இருந்து அழிந்தவை
எனவும் குறிக்கப் பெறலாம்

மறம் அறம் காதல் கொடை விருந்து
அன்பென யாவும் பூர்வ குணங்கள்
எனவாகும்

வாழத் தகுதியற்ற இனம் போலும்
அழிந்து போயிற்று
எனப் பார்வையாளர் இரக்கம்
உகுத்து நகர்வார்

எவனோ எங்கோ என்றோ பாடி வைத்தான்
தனக்கென நாடு கொடி கீதம் இல்லா
மொழி அழியும் என

இன்று நாளையைக் குறிப்புணர்த்துவது
பல்லிளித்தல் கையேந்துதல்
கூனிக் குறுகி நிற்றல்
இரத்தல் தெண்டனிடுதல் செய்வாருக்கு
மொழி எதற்கு?

சைகையே வெள்ளம் அல்லவா!
●

எதை எழுத?

எழுது எழுதுன்னா எதைப் பத்தி எழுதட்டும்?

என்ன எழவையேனும் எழுது!
வேலை இல்லாத் திண்டாட்டம் விதவா
மறுமணம்,
வரதட்சணைக் கொடுமை, காப்பி ஆற்றும்
கன்னிகையின் கழுத்துச் சுளுக்கு,
வறுமையின் கோரப் பற்கள், வைக்கோற்
படப்புத் தீ
என இன்றெழுத யேலாது!

பிறகு என்ன மயித்தை எழுதணும்ங்க?

பெண் விடுதலை, தலித்தியம், முற்போக்கு,
இந்துத்வா என எழுது.
முடியுமானால் கட்டுடைத்துப் பார்!
அஸ்திவாரத்தைத் தோண்டி எறி!
படவரவு அல்குல்,
கரும்பச்சைப் புதரதனில் பாய்ந்தேறிப்
படமெடுத்து நிற்கும் பாம்பு என எழுது.
வைகுண்ட ஏகாதசி சொர்க்கவாசல்

கதவுகள் அவை
வேகமாய்ப் புகழ் பெறலாம்.

பணம் அதிகாரம் பதவி தவிர
வேறெதற்கும் அடங்க மறு என
ஆங்காரமாய் எழுதட்டுமா வே?

புரட்சி என எழுதிப் புண்ணிமில்லை!
கனத்த மௌனத்துடன் கழுதைகள்
மேயும் பூமி இது
புரட்சியும் வாராது புத்தகமும் விற்காது

குருதி வடித்து குடிக்கவும் தின்னவும் ஏதுமற்று
சுரங்கத்தின் தூரத்தில் தெரியும் வெளிச்சம்
சாவென அறிந்தும் நம்மை நம்பிக்கொண்டிருந்தானே
தொப்பூட் கொடி அதை எழுதவா?

பைத்தியாரப் பயலா இருக்கியே!
இறையாண்மைக்கு எதிரா எழுதாதே!
பேசாதே, சிந்திக்காதே, கனவு காணாதே,
ஏப்பமோ குசுவோ கூட விடாதே
எனதிந்தச் சொற்களையும் நான்
எழுதவில்லை
தாங்க முடியவில்லை எனில்
திபேத், பாலஸ்தீனம், ஈராக் என
எழுதித் தினவு தீர்த்துக் கொள்

அதிகார மையங்களின் பொய், வஞ்சம், சூது,
கொலை களவு துரோகம் என
யோசித்துப் பார்க்கலாமா?

வெளங்காமப் போறதுக்கா?
வெறுவாக்கெட்ட மூதி,

தெரியாமத்தான் கேக்கேன்
நாளையொரு கலைமாமணி,
சாகித்ய அகாதமி, ஞானபீடம்,
பத்ம ஸ்ரீ, கௌரவ டாக்டர்,
வாரியம் துணைவேந்தர் என
இரக்கப்பட்டாவது தருவார்கள்
அதை இல்லாமல் ஆக்காதே!

முன்னுக்கும் போகவிட மாட்டங்கேரு
பின்னுக்கும் போகவிட மாட்டங்கேரு
பின்னே என்ன தாலியறுப்பை எழுத?

அம்மையின் அக்காவின் தாலியறுப்புச்
சடங்குகளை எழுது
மரணம், ஆன்மீக அனுபூதி
தத்துவப் புளிக்கறி, செண்பக
மலர்கொண்டு தொட்டதுபோல்
நேசமிகு காதலியின் மெய்தீண்டல்,
நேற்றுச் சூடிய கசங்கிய பிச்சிப்
பூவாய் அவள் கைக்கிடை வாசம்
என எழுது
சக மானுடச் சிக்கலது
கவிதை காலாகாலத்துக்கும் நிற்கும்
கடையூழிக் காலத்தில் வாசிக்க
கூன் பிறை சூடிய சடையாண்டி
கக்கத்திலே வச்சுக் கிட்டு
நடந்து திரிவான்

போ மக்கா, போயி என்ன
ஈரமண்ணுண்ணாலும் எழுது
உருப்படப் பட்ட
வழியைப் பாரு!
●

தினப்பாடு

உலைக் காற்றென வெப்பமாய்
இருந்ததுன் மூச்சு!
பொய்படாக் காதல் ததும்பி மேற்பொங்கி
குழைந்தும் துடித்தும் நடுங்கிய பூவுடல்
ஆம்பலா அல்லியா தாமரைத் தண்டா?

பனை இள நுங்குபோல்
தணுப்பாய் இனித்ததுன் நாக்கு!
புதுக்குருத்து வியர்வை
இளநீரின் பதனீரின் பருவத்து மதநீரின்
வாசமென நீங்காது அலைந்தது நெஞ்சில்!

இறுகிப் பொருதிய பிடியானைக் கொம்புகள்
வலியும் வலிக்கு மருந்துமாய் ஆயின!

சிறுபுல்லும் தலைகாணாக் களராய்க்
கிடந்தவென் புன்செய்யில் வீசியது

ஏது மாமழை என்ன பூங்காற்று
காயாத கதிரொளி?
நீர்த்தேக்கு எனக் கிளைத்து
வளர்கிறதுன் நினைவு.

சூடிக்கொடுத்த சுடர்க்கொடி ஆமெனில்
ஒன்றும் கைகரவா
ஆழிமழைக் கண்ணன் என்
ஆவியுள் புக்கு
வேணு இசைத்து
காளிங்க நர்த்தனமும் ஆடுகிறான்

என்றும் இரந்தே அயர்ந்த இம்மனம்
சில்லெனப் பூத்த பெருநெருஞ்சிக் காடு
கொடுங்காற்று பாய்ந்தலைக்கும்
அடர்ந்த பெருவனம்
ஐம்புலனோ ஆறலைக் கள்வர்
இருப்புக்கும் இருப்பற்றுப் போவதற்குமான
இடைவெளி தினப்பாடு

•

தேடுவதில் தொலைகிறதென் காலம்

யோனி திறந்து புழுதியில் வீழ்ந்ததும்
'இல்லி தூர்ந்த பொல்லா வறுமுலை'
சப்பாணிப் பருவத்து உப்புப்
பரல் போட்டாற்றிய வடித்த கஞ்சி
நடையும் கழுத்தும் உறைத்தது
மூத்திரம் ஊறிய சாணம் சுமந்து
ஆற்று நீரில் அலசிப் போட்ட
குண்டித்துணி உலர்த்தும் சுடுவெயில்
பத்தும் தண்ணியும் பரசிக் கொண்டிருக்கையில்
கதித்து ஏறிய முதல் மணி முழக்கம்
பிடரியில் குதிங்கால் கடந்த பாதை
எண் சுவடி வாய்ப்பாடு மனப்பாடம்
சந்தி சாரியை திரிபு விகாரம்
உகாரம் ஆகுபெயர் அளபெடை
பண்புத் தொகை புறத்துப் பிறந்த அன்மொழித்
தொகை
பிரம்பு வீச்சில்
நல்வழி நானூறு நாலடி
தூது உலா அந்தாதி கலம்பகம் பரணி
பள்ளு பிள்ளைத் தமிழ் ஓர்ந்து கற்றதில்
தொலைந்ததோர் காலம்

திராவிடம் தனித்த தமிழினம் தேசீயம்
தனிவுடைமை பொதுவுடைமை தன்னாட்சி
மாநில சுயாட்சி மத்தியில் கூட்டாட்சி

கருணைக்கடலான யதேச்சாதிகாரம்
மாயக்கம்பளம் என்பதோர் மக்களாட்சி
கொள்கை விளக்கக் கூற்றுகள்
வெட்டி விதைத்து வீதியில் கிடக்க
இன்னதென அறியாது ஏமாந்து
தொலைந்ததோர் காலம்

பொதுத்துறை இரயில்துறை வனத்துறை
வருமானவரித்துறை கல்வித்துறை
போக்குவரத்துத்துறை பொத்துவரத்துத்துறை
மலேரியாக் கொசுவுக்கு மருந்தடிக்கும் துறை
குடும்பக் கட்டுப்பாட்டுக்கு ஆட்பிடிக்கும் துறை
எனப்பற்பல பிழைப்பு பாழில் தேடி
பல்லாயிரம் காதம்
பரந்ததோர் காலம்

எதையும் கடிக்கும் எயிற்றின் தினவென
பால் கிளைத்த வயதின் மறுகால்
சினிமா தொடர்கதை பாட்டு எனப் பல
அலவு பிளந்து அளந்து ஊற்றிய
அமரக் காதல் ஆன்மீகக் காதல்
தெய்வீகக் காதல் இதிகாசக் காதல் எனக்
கானல் தேடி ஓடிய மானெனக்
களைத்துத் தோற்றுக்
கடந்ததோர் காலம்

சேதனம் அசேதனம்
தாவரம் சங்கமம்
சங்கநிதி பதுமநிதி
மெல்லிடையாள் பொன் முகத்தாள்
நாறும்பூ நன்முத்தம்

சூரியக் கதிரென மேன் மக்கட் பேறு

உணவோ அமிழ்தினும் இனிது
யாக்கை பொதிய நிலவின் கீற்று
நவமணி ஆடகப்பொன்
சற்றைக்கு முன்பே சந்தைக்கு வந்த
கைபேசி படக்கருவி பச்சைப் **பிள்ளையாய்**
தொடை மேலமரும் கணிப்பொறி
தாளமிட்டுத் தலையும் ஆட்டி
நடக்க ஓடப் பணியாற்ற
உண்ண உரையாட உடலுறவு கொள்ள
செலவாதி போகப் பயணம் செய்ய
நுண்மின் இசைக் கருவி என வாங்கித்
தொலைந்ததோர் காலம்

வெம்பிய உடலும் கூம்பிய மனமுமாய்
அச்சு முறிந்து ஐயோவென்றானபின்
தியானம் யோகம் நியமம் குண்டலினித்
தேரோட்ட முனைந்ததோர் காலம்

இனம் மொழி சுத்த சத்தியம்
பண்பாடு மானுடமாண்பு கவின்கலைகள்
பசுமை காடு நீர்மை புற்பூண்டு கானுயிர்
மெய்யன்பு சகல உயிர்க்கும்
அகம் புதுக்கும் ஆன்மீக இசை
ஏகவெளியின் வானவர் அமுதம்
கபால உச்சியின் கதவு திறந்து
ஊனில் ஊறி உயிரிற் பெருகி
சாகாவரமும் சடையா உடலும்
அமரப் புகழும் அளப்பரும் செல்வமும்
கொணர்ந் தீங்கு சேர்க்கும் என்று
தேடுவதில் தொலைகிறதென் காலம்.

●

மக்களாட்சி வதைப்படலம்

மக்களின் ஆட்சி யெனும்
புன்மைத்தாய புகலுள
இரந்தும் உயிர்வாழும்
ஏழையர் தம் வாக்குள
செம்மொழித் தமிழெனும்
கிழிந்த செருப்புள
கொய்த பாவம் தின்றுயர்ந்த
சிந்தையிற் கூனுள குற்ற மகவுள
நாவெலாம் திகட்டாத தேனுள
கருத்தெலாம் கருநீல விடமுள
நோயுளவெனில் நோற்ற சுவர்க்கத்துச்
செவிலியர் மனையுள
கருங்கடல் கடந்த வைப்பின்
கனத்த பணமுள
வானவர் உலகத்து அமர வாழ்வுள
கோலக் கட்லோர வெண்கலச் சிலையுள!
மாற்று ஏதுள?
கறுப்புக் கொடியுள பேரணியுள ஒருவேளை
உண்ணா நோன்புள
வெள்ளித் திரையின் வீரம் பலவுள
நாளை வரும் தேர்வுள
மாற்றார்க்கான தனித்த அறுவடைக்
காலம் தானுள
மக்களின் ஆட்சியெனும்
புன்மைத்தாய புகலுள
குறையுண்டாகுமோ?

●

இரு பெரிய கருவிழிகள்

வாலடிக்கும் பல்லி ரீங்கரிக்கும் கொசு
பறக்கும் கரும்பாச்சை
எனவுறையும் இல்லத்து
யாம் மன்ற துஞ்சாதே

இருட்பூங்குளிர் காற்று
அடர்மரத்துச் சில்லோதை
உறக்கத்தின் மென்னூக்கி
எனினும்
நித்திரை களவு போனதன்
காரணமென் நன்னெஞ்சே

பசி கடுங்காமம் பேராசை
திரண்ட தொல்வன்மம்
கைவிட்டுப்போன பழங்காதற்
பெருமூச்சின் கழைக்கூத்து
அண்ட வெளியதனின்
ஞானப் பெருந்தேடல்

யாதொன்றும் அல்ல

கலங்கும் மீனிடைக்
கண்டெடுக்கப் பட்டதாய்ச்

சமைக்கப்பட்ட அச்சுறுத்தும்
இருபெரிய கருவிழிகள்

சங்கப்புலவன் அதைக்
கண்டும் எழுதி வைத்தான்
சேமிதமாயிருந்த உயிரினொளி
எத்தனை கோடி இனத்தவரின்
கனவினொளி

ஈண்டவை உளதா இலதா,
பளிங்கு உருண்டைகளாய்
உறைந்தும் போயினவா?
காலம் கடத்திப் போய்க் கரந்ததுவா
கருநரகக் காரிருளுள்?
காப்பாற்றி வருகிறதா
வீரம் இவ்வினத்தில் விளைவது
அருமையென?

நேர்நின்ற காலத்து
பறத்தல் அறிந்ததிராப் பார்ப்புகள்
ஆறலைக் கள்வர் நடமாடும்
நச்சரவக் கானகத்துள்
சிறகின் திறன்தேடி
அலைந்தவாறா?

●

பச்சை நாயகி

எங்கெனத் தேடுவதுன்
எழிலார்ந்த பொன்முகத்தை?
காற்று வெளியதனுள், ககன விதானத்து,
பைந்நாகப் பாய்விரித்த பாற்கடலில்?

யாண்டு செவிப்படுமுன் தேமதுரத் தமிழோசை?
மைனா கிளி தேன்சிட்டு கானக் கருங்குயில்
வால் நீண்ட கரிக்குருவி, குருகு, மீன்கொத்தி யாவும்
கீசுகீசெனக் கலந்த அரவத்து?

எவண் நுகரக் கிடைக்குமுன் மேனி நன்வாசம்?
வேங்கை புங்கு நுணா வேம்பு வனப்பிச்சி
கமுகு புன்னை மலர்க் கூட்டம்
அடர்ந்து கிடக்கும் அருங்காட்டில்?

தானாய்த் தென்பட்டால் அன்றித்
தேடுவது எங்ஙனம்?
உன்னருளாலே உன்தோள் புல்லி
கூடுவதெப்போ சிலம்பார்க்கும் பூவடியை?

துள்ளும் துடியிடையும் தோகைமயில் நடையும்
பவள இதழும் என்று பார்ப்பேன்' என
குணங்குடி மஸ்தான் தேடிய மனோன்மணி
இந்த மனதை வைத்துக்கொண்டு
ஒன்றும் செய்ய முடியாது' எனப்
பதைத்த நகுலனுக்கு சுசீலா
கொடுங்காற்றினில் கடும் மழையதனில்
காய்ச்சும் கதிரொளியில்
கலங்கிக் கிடந்தவென் கண்ணுக்கு
கானகத்துப் பச்சை நாயகி!

●

மயக்கம்

மேகம் கலங்கா அடர்நீல
வானின்று இழிந்த மின்கொடி
நெஞ்சத்து இறங்கிற்று

அம்முகம்
என்றோ கனவோ காப்பியப் பாத்திரங்களோ
வனைந்து காட்டியதும்
சங்கப்புலவன் குறுந்தொகையில்
கரந்து வைத்ததுவும் அல்ல

காணக் கூசியது நேராய்
அபாயச் சங்கொன்றும் அகாலத்தில்
ஊதியது
கண்ணவிந்த கால்கை முடப்பட்ட
சிந்தை சிதைந்த
கரிக்கட்டையாகிக் கான்சுனை மிதந்த
மொழியின் தொன்மங்கள் ஊடறுத்தன

செழுஞ்சீதச் சந்தம் மணத்த
உள்ளங்கை முத்தியதும்
அனிச்சப்பூவென கன்னம் முகர்ந்ததுவும்
குமிழ்வாயின் கமலப்பூ நாற்றமும்
கருத்தில் கள்ளூறி நின்றதுவும்
கனவெனத் தோற்றிற்று

கனவே தானெனில்
மையலில் துளிர்த்து
முகமுரசிச் சென்ற மென்வாசம்
ஏதெனப் பரவுகிறது
முளைத்தும் கிளைத்தும்
●

மாற்றிச் சூடு

அறன் எனச் சாற்று அடிமடி அறுப்பை
ஆட்சி எனிலோ ஆயிரம் கோடிகள்
இரக்கம் பெய்வார் உணீரில் நஞ்சு
ஈகை அதுவே தம்மக்கட் கீதல்
உலகம் என்றும் உடையவர் மாட்டு
ஊரார் கைப்பணம் ஊச்சாளி பைப்பணம்
எத்திப் பிழைத்தல் சாலவும் நன்று
ஏகன் அநேகன் எளியவர்க் கில்லை
ஐந்தினில் ஐயன் ஐம்பதில் பொய்யன்
ஒருத்தன் வாழ ஊரே சாகும்
ஓர்மையில் சூது உண்மையை வீசு
ஔவை என்பவள் அறியாக் கிழவி
அஃகெனில் ஆய்தம் அதுவேன் நமக்கு

குறிப்பு:-
ஊச்சாளி - வன்னெறியாளன்

காலக் கொடுங்கை

ஆழ்கடல் அரண் சூடி நின்றது
வானூர்தி இருப்புப்பாதை பேருந்து கடல்வழித்
தளங்கள் கர்வங்கொண்டன

பயிலரங்கு கலையரங்கு மைதானம்
அறுவழிச் சாலை பல்கலை மருத்துவ மையம்
தொழில்நுட்ப கலை அறிவியல் கல்லூரி
பூரித்திருந்தன நாமம் தரித்து

நாவசைவு பிறப்பு அறுக்க
இறப்புக் கொல்ல
பசிப்பிணி ஆற்ற
சமூக நீதி காக்க
மந்திரச் சொல்லென ஒலித்தன

பிள்ளைகட்குன் பெயர்
பிறந்தநாள் மங்கலம்
மகாபலி மன்னர்க்கு நல்வரவு
எம்மினத்தார் உந்தனுக்கே
உற்றாராய் ஆனார்கள்
உமக்கே ஆட்செய்தார்கள்.

உன்னித்தெழுந்த முலைப் பூவையரும்
தம்கொங்கை நின்னன்பர் அல்லார் தோள் சேராப்
பாவை நோற்றனர்

பட்டினிப் போருக்கு நாடும் கிடந்தது
புன்சிறு நோய்க்கும் அவர் மருந்துண்டனர்

பாழ்பட்டு நின்ற தாமோர்
தொல்குடித் தோன்றல் தம்மை
உய்விக்க வந்த உத்தமன்

சத்தியன் கோவலன் காவலன் பாவலன்
ஊழிமுதல்வன் மொழித்தாயின் மூத்தமகன்
பாமரர்க்கு அறிவுச்சுடர் ஏற்றிய
பகுத்தறிவுப் பகலவன் எனப் பலவாய்
வாயூறி நின்றார்கள்

விழியசைவில் பேருந்துகள் எரிந்தன
கல்லெறிந்தனர் தார்பூசினர் ரயில் மறித்தனர்
கல்லூரி யன்னல் கண்ணாடி உடைந்தன

விரலசைவுக்கு பூமிதித்தனர் குண்டம் ஏறினர்
சொக்கப்பனை என உயிருடன் உடலங்கள்
உனக்கும் மொழிக்குமாய்
ஓங்கி எரிந்தன!

நெருப்பென்று நின்ற நெடுமாலே
என்ன மாயம் நடந்தது
எக்கணவாய் வழியாகக்
கடந்து வந்த சதி இது
ஏவலா பில்லி சூனியமா செய்வினையா
துர்த்தேவதைகளின் கூட்டுச் சாபமா?

மாபாவிகள் இம்மக்கள் இன்று
நெஞ்சில் ஈரமும் கண்ணில் உதிரமும் அற்றவர்
உனதிறப்பில் குளிக்கக் கூட
மாட்டோம் என்கிறார்களே!

●

காலமுதல்வன்

பொருட்டின்றிக் கடந்து போயிற்று
தொடர்ந்தேகினேன் தொலையாத் தூரம்
காலத்தைத் தாண்டுதல் சாலுமாவெனப்
பொருள் விடிந்தபோது
பொருட்டற்றுப் போயிற்று எனக்கும்
எனினும் பின்னால்
தொடர்ந்தோடி வருகுவதேன்
கால முதல்வனே!

தன்னிரக்கப் பா

நடந்த தடமெலாம் தேடிக்
களைக்கிறேன்
உலர்ந்த பூச்சரம் உதிர்ந்த கொலுசுமணி
களைந்த கேசச்சுருள் வெட்டிய நகப்பிறை
காட்சிப் படாதாவென

காலை அரும்பிப் பகலில் போதாகி
மாலை மலர்ந்த நோய்
இரவு ஏன் ஈட்டியால் எறிகிறது

உற்றாரை வேண்டாது ஊராரும் சாராது
கற்றாரைக் காணாது கற்றனவும் முன்மறந்து
பொற்பாதம் தேடிப் பூமுகமும் காணாமல்
வெற்றாரென அயர்ந்து வீழ்ந்தும் கிடந்தேனே

சங்கிலிப் பூவத்தான் தங்கக் கிடாரம்
மூத்துக் குறுகி இறக்கை முறைத்த
ராஜ நாகத்தின் நன்மணி
தேசப்பிதாக்களின் சுவிஸ் வங்கி வைப்பு
எனக் கலங்கி

முட்டாள் பயல்போலும் முதுகுத் தண்டற்றும்
கிட்டாது என்றாலும் கிடையாய்க் கிடந்தேனே
எளிதாக ஏறிவரும் ஈற்றடி ஒன்றீண்டு
எந்தநாள் காண்பேன் இனி
●

புளிக்கும் அப்பழம்

உலக நாடுகள் காணுதல் என்றால்
அருவி புல்வெளி கானகம் வாகனம்
ஓவியம் சிற்பம்
படகுச் சவாரி பனிச்சறுக்கு
வெந்நீர் ஊற்று உறங்கும் எரிமலை
வண்ணக் கடற்புறம் கவினுறு தீவு
வடிவும் வனப்பும் கொண்ட கைகளின்
அமுக்குதல் நீவுதல் தடவுதல் தட்டுதல்
என்மனார் புலவ

எவ்வகை மதுவும் முகர்ந்து பருகி
வியர்த்து பிரித்து மகிழ்தலில்
விருப்பற்றுப் போனது
கம்பும் சோளமும் ராகியும் உண்ட
எம் குடல்
தாய்லாந்து மெக்சிகன் இத்தாலியன் பக்குவம்

செரித்துக் கொள்வதில் சிக்கல் இருக்கும்

மின்னஞ்சல் மட்டும் அனுப்பக் கற்ற
வறியற்கு எதற்கு
நாய்பெற்ற தெங்கம் பழம போல
அதிநுண் கணினி

வசந்தகுமாரி சுரைய்யா செவிப்பட
கைவசம் இருப்பதே கச்சிதமானது

தூரதேசம் வாழும் உமக்கும்
வாழ்க்கை என்பது நனைத்துச் சுமப்பது
அன்பு சொரிந்து அளிக்கும் பரிசில்
வாழ்நாளுக்கும் கூனுறச் செய்யும்
வளர இனிமேல் வாய்ப்பே இல்லை
பெருத்தல் என்பதும் தற்கொலை முயற்சி
இருக்கும் ஆடை கிழிந்து போம்வரை
இருக்கப் போவதும் நிச்சயமில்லை
அழகுகள் கண்ணுற ஆசை உண்டு
எம் தேசத்து ஆடவர் பெண்டிர்
அழகும் மணமும் அற்றவர் அல்ல

வலிய அரங்கில் சொற் பெருக்காற்றி
சட்டியில் இலாத எதையான் விளம்ப
வற்றுப் பாலாய்ப் போனதெம் ஆற்றலை
எந்தத் தேசம் பெருக்கி எடுக்கும்

எம் பண்பாட்டுப் பண்டம் யாவும்
காலாவதிக் கெடு தாண்டி வாழ்பவை
உம்மில் எவரும் இங்கே போந்தால்
வதிய வீடு செல்ல வாகனம்
கொள்ளைச் செல்வம் எதுவுமிலாது
எதிர்விருந் தெங்ஙனம் சாத்தியமாகும்

பெற்றன திருப்ப இயலாத
குனிவு சுமந்த எஞ்சிய நாட்கள்
எண்ணவும் கொடிது

எமது தேசம் மிக அழுக்கானது
வறியவர் மக்கள்
ஆறுகள் சாய்க்கடை
ஏரிகள் வறண்டவை
குண்டும் குழியும் சாலைகள் என்பார்
குப்பை தூசி இரைச்சல்
புழுங்கிச் சீலித்தவர் யாம்
குடிநீர்க் குழாயில் கழிவு நீர்
ஆண்டவனுக்கே அதில் ஆறாட்டு
நலத்தின் விலை யானை குதிரை

அழகு ரசனை களிப்பு என்பதில்
உம் பார்வையும் எம் பார்வையும்
அறுவழிச் சாலையும் ஒற்றையடிப் பாதையும்
எமது போதையில் உம் குடல் வெந்துபோம்
தீவனமும் உடன் சீரணம் ஆகா
எமது நதிகள் இல்லி தூர்ந்தவை
மலைகள் யாவும் களவு போவன
காடுகள் என்பன கனவுக் காட்சி
கடற்கரை எங்கும் நகரக் கழிவு
தலைவர் அன்னவர் தாங்கொணாத் தொழுநோய்

பார்வை பறிந்த பாவியர் எமக்கு
தீயுற விழித்தல் தெரியாதல்லவா

மதங்கள் மொழிகள் இனங்கள் பற்பல
சாதிகள் சாமிகள் எண்ணித் தீரா

கயமை எனுமோர் அரசியல் வாணிபம்
எமக்குள் இனக்கொலை வன்புணர்
தீயிடல் தன்படை வெட்டிச் சாதல்

கிட்டாதவற்றை வெட்டென மறக்கவும்
எட்டாத பழம் புளிக்கும் என்பதும்
யாயும் ஞாயும் மறந்தவர் இல்லை
எனினும் என்செய
தாயர் தேசம் தந்தையர் நாடு
மறக்கவோ மாற்றவோ பெயர்க்வோ இயலா
எம் தேசத்தின்
ஆழமும் நீளமும் அகலமும்
அளக்கக் காலம் வேண்டும்
அளந்த பின்பு ஓய்வாய் மண்ணில்
சாயவும் வேண்டும்.

●

மகவு

பார்த்தது சிலமுறை பேசியது வெறுஞ்சொல்
வேர்த்தது அதற்குள் நேசம் எங்ஙனம்?
முறைப் பெண்ணா
முறை தவறிய பெண்ணா
என்றவள் கேள்வியின் இறுகிய சீற்றம்
மறம் என்றுரைத்தல் மடமை என்றறிவேன்

எனினும் புழுப்போல் உணர்ந்து
புழுவென ஊர்கிறேன்
யாசிப்பு என்றுமென் இயல்பு அல்ல
யாசித்தாலும் பெறுதலின் உறுதி
பெறப்படாதது

என்னுள் கரந்து கிளைத்த மகவு
யானே அறிந்த தாயின் முகத்தைத்
தானும் அறியும்
உலகறிவிக்க உவப்பும் இல்லை

மூலப்படிவம் முடிவாகாதது
குற்றமகவு கோணல்மகவு
கைக்கிளை பெருந்திணை
கூடாவொழுக்கம் என்றே உரைப்பர்

ஏதாயினுமென்
அதுவென் மகவு

நெல்மணி ஊட்டிக் கொல்லல் நீசம்
குப்பைத் தொட்டியில் வீசலும் ஆகா
வேறார் வளர்ப்பார்...

இல்லையென்பதன் இடுங்கிய வலிக்கோர்
மருத்துவம் பார்க்க மார்க்கம் இல்லை
நோற்ற காமம் மறுத்தவர் ஒருக்கால்
ஆவணம் காக்கும் பேழையாய்த் தம்முள்
பேணிச் சுமக்கலாம் பிழையின் வலியை

சித்திரகுப்தன் ஏடுகள் புரளும்
முற்றத்து ஒலிக்கும் கூற்றுவன் காலடி
யானே இலாது மகவெவண் வாழும்
வாளால் மகவரிந்து ஊட்ட வல்லனும் அல்லன்
மகவும் எங்கணும் இரந்து நில்லாது

மரணம் என்பது தொடர்ச்சி அறுதல்
கனவின் வலியின் வாழ்தலின் தொடர்ச்சி
நீங்காத் துன்ப நிரந்தரம் அறுதல்

பேரின்ப வீடோ
பெறமிக அரியது.

கொய்தல்

பறவை எச்சமோ விலங்கினக் கழிவோ
விதையொன்று வீழ்ந்தது
கிடந்தது விதைத்துயில் கொண்டு
முளைப்பதும்
முளையாதிருப்பதும்
அதனதன் முனைப்பு

முளைத்தது

வெள்ளாடு களைக்கொட்டு கவாத்து
துணித்து எறியாதிருந்தது நல்லூழ்

அந்தரங்கத்தில் கனவொன்றிருந்தது
கிளை கொடி வீசிப்படர்ந்து
காலை அரும்பிப் பகலில் போதாகி
மாலை மலர்ந்தது

வனப்பு வடிவு வண்ணம் என்பன
வசத்தில் இல்லை

வாசம் என்பதோர் நல்வினை யாமெனில்
வாசம் என்பதோர் தீவினை

உதிர்தல் இயல்பு
பறித்தல் என்பது வலியின் ஆட்சி
ஆயுளைத் துணித்தல்

மங்கை கூந்தல் இறை தோள்மாலை
செண்டின் செறிவு
ஏதும் ஆயினென்
கொய்தல் என்பது கொலைத்தொழில்

முளைத்தல் விதியெனில்
பூத்தல் பணி செய்து கிடத்தல்
கொய்தல் என்பதோர் கொடுங்கை
●

அடையாளம்

போன பிறப்பில் வாயிலோன்
மிதித்து ஏறிய கற்படி
வளர்த்த பார்ப்பு
அணிந்து கழற்றிய ஆடை
கொங்கை முன்றில் எழுதிய குங்குமம்
அற்ற நீர்க் குளத்து அறுநீர்ப் பறவை

வரும் பிறவியில் ஒக்கலைப் பிள்ளை
புறம் நின்று புல்லும் கொழுநன்
உட்தொடையில் உராயும் மச்சம்
உண்ணீர்க் குளத்துக் கொட்டியும் ஆம்பலும்
இந்த இப்பிறப்பில்
தொலைந்த போயிருந்ததென் அகமும் புறமும்
யாருமறியாப் பாலை மணற்படுகை
பாதம் பொறாத பதைக்கும் சுடுவெயில்
வெந்து சோரும் காலடி

அவனும் உவனும் இவனும்
நானென
எங்ஙனம் உனக்கு உணர்த்துவன்
ஊருக்கு உரைப்பன்.

எது கவிதை

மொழியில் மூத்தது
கம்பனுக்கு சான்றோர் கவி கோதாவரி
கவிமணிக்கு உள்ளத்துள்ளதும் இன்ப ஊற்றெடுப்பதும்
சரியான சொற்களை சரியான பொருளில்
சரியாக அடுக்கினால் கவியென்றுரைத்தனர்

அடுக்குவது கட்டுவது செதுக்குவது
வடிப்பது வர்ணம் தீட்டுவது
உருக்கி வார்ப்பது கவியெனப் படுமோ?

மரபெனப் பட்டது உடைத்துப் பார்த்தால்
ஒன்றமே இலாத அப்பளம் என்றனர்
நவ கவிதை பூரண் போளியா
அடைப்பம் வைத்த இலைப்பணியாரமா
இங்கும் உடைத்துப் பார்த்தால்
நாலில் மூன்று பொக்காய்ப் போனது

கவிதை என்பது
சொற்களைக் காட்டி மிரட்டுவதல்ல
தத்துவச் சாயம் பூசுவதல்ல

கூலி அரசியல் கோஷம் அல்ல
பதவியில் இருப்பவர் கால்கை அமுக்கிப்
பன்னாட்டரங்கில் படிப்பதுமல்ல

எனினும் கவிதை சீவித்திருந்தது

கவிதை என்றன் கைவாள்
கண்டங்கள் தாண்டிப் பாயும் கணை
பேரரசுகள் மகுடம் சாய்க்கும்
அறமும் பாடும் திறமும் பாடும்
என்ற நின்ற காலம் இருந்தது

இன்றதன் பாடு தாளம் படாது தறியும் படாது
செல்வந்தர்களின் சீலைப் பேனாய்
அதிகாரத்தை அணைந்து நிற்க
அரசியலார்க்கு அடைப்பம் தாங்க
சினிமாக்காரர் கைத்தடியாக
ஓசியில் குடிக்க பெண்கள் பொறுக்க
கவிதை என்பது கடவுச் சீட்டு

வேற்றுப் புலங்களில்
கவியெனப் பட்ட பொருநர் உண்டு
ஈண்டும் சிற்சில சூரர் உண்டு
கவிதை அவர்க்கு வீசும் அரிவாள்
சார்ங்கம் உதைத்த சரமழை
பட்டையாய்க் கட்டிய சுருட்டுவாள்
அவர்தம் திசையைத் தொழுதலும் சாலும்
காலடி மண்ணைத் தரித்தலும் ஆகும்

ஆண்மை துறந்த அற்பக் கவிதை
கிழட்டுக் குறிபோல் தொய்ந்து கிடப்பது

அரசுத் துறைகளின் வெளிவராந்தாவில்

தமிழ்த் துறைகளின் தாழ்வார வெளியில்
தனியார் நிறுவன வரவேற்பறையில்
பாடசாலைக் கரும்பலகை முன்
சினிமாக் கம்பனி கோரம் பாயில்
செத்த பாம்பாய் கிடந்தது கவிதை

நல்ல கவிதை எப்படி நடக்கும்

கொடுமைக் கெதிராய் ஆவேசம்
விடுதலை வேட்டல்
ஒடுக்கப்பட்டவர் ஓங்கிய முழக்கம்
வயிற்றுக் கொடுந் தீ
கவிதை என்பது காமச் சிகரம்
காதலின் கிளர்ச்சி அழகின் ஈர்ப்பு
பால்குடி மாறா மதலை வாசம்
கலைகளின் மேல் நிலை
அன்பின் நீட்சி
இறையின் மாட்சி
அறம்
மறம்

மொழியின் வறுமை கவிதையில் கண்படும்
நோயின் கூறு இனத்தின் அழிவு
கவிதை தோற்பது மானுடம் தோற்பது

தம்முயிர் பாதி எரிந்தது பார்த்தும்
இங்கே கவிதை
வாளாவிருந்தது
சாப்பிள்ளையாகத் தோற்றும் கவிதை
சுமையுமாகிப் போகும் விரைவில்
அதுவே எமது
அச்சமனதின் ஆணிவேராகும்

●

நாற்றம்

நாற்றம் என்பது ஜென்ம வாசனை
இந்தப் பிறப்பின் சொந்த வாசனை
கருப்பூரம் நாறிய கலமப்பூ நாறிய
மருப்பொசித்த மாதவன் வாய்ச்சுவை
ஆண்டாள் வேட்ட காதல் வாசனை
ஆதி சிவனின் அந்தரங்கப் பெயர்
நாறும்பூ நாதன்
பட்டினத்தாருக்கு பெண்குழி யாவும்
நாற்றக் குழியே

அவரவர் நாற்றம்
அவர்தம் தலைச்சுமை

சோறு கொதிக்கும் வாசனை
யொன்றே
சின்ன வயதில் ஈர்த்தது எம்மை
அறியாப்பருவம் தகப்பன் தோளில்
அமர்ந்து கேட்டது இசையின்
வாசனை
சமைந்த தோழிகள் சூடி நடந்த
பிச்சிப்பூவோ பேரின்ப வாசனை
பள்ளிப் பருவம் தொற்றிப் படர்ந்தது

தமிழ் முலைப் பாலெனும் உயிரின் வாசனை
மண்ணின் வாசனை மயக்கிக் கொண்டிருப்பது
பணவாசனை மருட்டிய தில்லை
'பிணவாசனை வெருட்டிய தில்லை

கள்ளின் வாசனை காம வாசனை
குத்திக் கிழித்த முள்ளின் வாசனை

ஈழப் பண்டிதன் சச்சிதானந்தம்
யாசித்து நின்ற வாசனை யொன்று
'சாவில் தமிழ் படித்துச் சாகவேண்டும்
என் சாம்பல் தமிழ் மணந்து வேக வேண்டும்
ஓடையிலே என் சாம்பல் கரையும்போது
ஒண் தமிழே நீ சலசலத்து ஓட வேண்டும்

ஈழத் தமிழனின் இரத்த வாசனை
உலகம் எங்கும் உரத்துக் கேட்டது
மூத்த தாய் மண்ணின் முத்தமிழ் வாசனை
நெஞ்சறிந்த கள்ள வாசனை
ஈண முக்கவும் கன்றை நக்கவும்
ஏலாத கிழட்டுப் பசுவின்
தீனவாசனை
தீந்தமிழ் வாசனை.

●

என்மனார் புலவ

அரசியற் பழிமின் அஃது
ஆற்றொணாக் கொடுநோய்
ஆன்மீகம் என்பதோ அரசியற் தரகு
விடுதலை எனும் வெறுஞ்சொல் நம்பி
எலிவீடு துறந்து புலிவீடு அடைந்தனம்
புரட்சி என்ப புதையல் வேட்டையை
நீதி என்பதும் நிறங்கள் கொண்டன
அறவோர் எனுமினம் அழிந்தே போனது
அந்தணர் செந்தண்மை தம்முயிர் மாட்டே

வாழ்த்தெனில் கூசுமின்
வஞ்சப்புகழ்ச்சி அதனாறாகும்
வணக்கம் அஞ்சுமின்
தொழுத கையுளும் படையொடுங்கும்
விருந்தூண் விரும்பேல்
நஞ்சும் பெய்யும் நனி நாகரிகம்

நட்பெனப் படுவது நகுதலும்
உடுக்கை உரிதலும்
அன்பென அறைவார் அடுத்துக் கெடுத்தலை
கல்லாரும் கற்றாரும் கயவாளிகளே

இன்முகம் என்ப ஈயென இளித்தலை
பரிந்துரை கோரிக்கை
தொடர்ந்துமைத் துரத்தும்
இருக்கயிடம் கொடுத்தார்
கிடக்கை பறிபோனதும்
ஊசி நுழைய ஒட்டகம் புகுந்ததும்
ஓர்மையில் இருத்து
பேசாப் பொருளும் ஊசிப் போகும்
காசில்லார்க்குக் கடவுளும் இல்லை

என்மனார் புலவ

●

முப்பால்

அதரப்பால் கொங்கைப்பால்
யோனிப்பால் என்றனர்
முப்பாலதனை
மாங்காய்ப் பாலுண்டு
மலைமேல் இருந்தாலும்
அறம் பொருள் இன்பமும் அதுவேயாமோ

காதல் கரையிலாப் பரவச நிலையெனில்
காமம் செப்பினால்
பித்தப் பெருநிலை
பேயும் நோயும்
அன்றென்றான் குறுந்தொகைப் புலவன்

கள்ளுங் காமமும் தனித்த பெருங்கொடை
சிற்றின்பம் என்பதும் பேரின்பமாகும்
மனத்தின் மெய்யின் உயிரின் சங்கமம்

பறித்தும் நீட்டியும்
வாழ்ந்த துறவியர்
பிறப்பறுத்தல் என
உறுப்பறுத்தனர்

உயிரின் ஆற்றல்
உன்னற் பாலதோ

●

உவமைக்கு என்ன பஞ்சம்?

காசற்ற பூசலார் கருத்தினில் ச்மைந்தது
விரிசடைக் கடவுட்கோர் பொற்றளி
மொகலாய மன்னனின் கண்ணீரில் உயர்ந்தது
யமுனைக் கரைதனில் அமரக்கோயில்
தலையலங்காரம் புறப்பட்டதே என்ற
கம்பனின் அருமை மைந்தன்
தலைகொய்து வெட்டினார்
துன்பியற் காதற்கேணி

செங்கோட்டு யாழினில் மீட்டியும்
வேய்ங்குழல் ஊதியும்
ஓவியத்து எழுதவொண்ணா
உருவத்தைத் தீட்டியும்
திக்கெட்டும் அலைந்தார் உண்டு

காதற் கானம் கனத்து
பாட்டறி பாணனும்

யாப்பறி புலவனும்
கசப்பினைக் கவிழ்த்துப் போனார்

செதுக்கத் திறனில்லை தீட்டவியலாது
யாப்புத் தெரியாது மீட்டவும்
கற்றானில்லை

புலரியின் பரவசம்
'பொன்னின் ஒளி பூவின் வெறி சாந்து பொதி சீதம்'
அலரியின் இடும்பை
'செந்தழலின் சாற்றைப் பிழிந்த' காந்தாரிச் சாந்தம்

ஊமையின் கனவு
முடவன் பேராசை
அந்தகன் கண்ட களிறு

உவமைக்கு என்ன பஞ்சம்?
●

போம் காலம்

வலங்கை மடித்துத் தலைக்கடை வைத்து
அலுத்த துயிலின் கனவுகள் போக்கிக்
கிடந்தவன் புறங்கடைச் சிகையில்
பூப்போல் உராய்ந்து
தீப்போல் எரிவது
எவர் குறுமூச்சு?

குருதி கொதித்துக் கதிக்க நடக்கையில்
ஏங்கியும் வாராக் காமினிப் பெண்ணா?

புலன் உணராத கொல்பகையாக
நிலத்தில் இறங்கிக் காலும் பரத்தி
பலிபறித்தெடுக்கும் நுண்ணுயிர் நோயா?

அந்தக வாகனம் ஆள்மாறாமல்
ஆய்ந்த சுடு மூச்சா?

கட்டை அரிவாள் சங்கிலி
ராம்பூர் சூரி சுழற்றிய காடையர் அடைந்த
பதிவெண் அற்ற
ஆட்டோப் புகையா?

சூதும் அறியா வாதும் பயிலா
எளிய மகனை இரங்கிக் குனிந்த
பச்சை நாயகிப் பரிவின் சொரிவா?

எவர் குறுமூச்சு எவர் நெடுமூச்சு
உறக்கம் கொன்று
கலக்கம் சேர்ப்பது?

●

ஒப்பாரி

துவைத்து அலசினாற் போகாது
அக்கறை
யமன் நிறம் சாவின் சுவை
நாசி பொசுக்கும் கந்தம்
செவிக்குக் கொதி ஈயம்
குணம் வஞ்சம் சூது

ஏகலைவன் கர்ணன்
வாலி கோவலன்
ஈழத்து மாவீரன்
எனப் பலர் வாய்க்கரிசி

நட்ட கல் பேசுமோ
நாதன் உலாப் போயபின்

துரித கதித் தாளங்கள்
துடைத்தெறிய மாட்டாத
துரோகச் சுரம் ஒலிக்கும்
எட்டுக்கட்டை எக்காளக்
காலடியில் தீனக் குரல்
நசுங்கும்

மாட்சிசால் சுதேசத்தின்
கொடி கீதம் இலச்சினை
யாவற்றின்
தோலைச் சுரண்டினால்
தீயெழ விழிப்பது
துரோக நஞ்சு

புகழ் பதவி புன்செல்வத்தின்
தலைமேல்
பாடைக்கு மேற்பிடித்த
பட்டுப் போல்
பறப்பதுவும் அஃதேயாம்

துரோகம் வெல்லற்கரிய
வெங்கொடுமைப் பேராட்சி
உடன் கட்டைத்
துணைக்கொடுமை சிற்றாட்சி

இதிலுமது கோபத்தீ
கும்பித்தீ கொட்டாவி
புளிச்சேப்பம் நாற்றக்குசு
எந்த மயிரையும்
பிடுங்காது!
●

காலப்பிழை

தன்கை எஞ்ஞான்றும்
சளிக்காது ஊசாது
புளிக்காது என்மனார் தாயர்!

எம்சொல் எங்ஙனம்
சளித்தும் ஊசியும் புளித்தும்
கசந்தும் போனது!

காலம் அகழ்ந்தால்
கரும்பாசி கனத்து
இருண்டு கிடந்தது
தொன்மப் பாழ்க்குளம்

மூதாதைப் பங்கு
பாரம்பரியக் கனத்த சுமை

இதில் எப்பிழை எம்பால்?

நெஞ்சக் கூட்டினைக்
குருதி பீறிடக்
கீண்டு காட்டலாம்

காட்ட யாம் அறிவுசால் அனுமனும்
காணவோர் அயோத்தி ராமனும்
இல்லையென்பது
எவர்பிழை?

●

திருப்பல்லாண்டு

அழுக்கெனக் கண்டால் அலசிக் கழுவலாம்
வெளுக்கத் தேய்த்தது பாண்டும் ஆகலாம்
அழுக்குத் தேமலோ அழகுத் தேமலோ
சாவின் மொழியைச் சிலம்பியதில்லை

காது மடங்கி மூக்கு சவண்டு
விரல்கள் மடிந்து தோலும் தடித்து
குறியும் உதிர முற்றிய குன்மம்
நேர்நின்று இளிக்கும் ஜேயக்கொடி வீசி

இளையதாக முள்மரம் கொல்லென
ஐயன் ஆய்ந்ததை அறிஞரும் பகன்றனர்
மருந்துக்கு அடங்கும் காலம் செத்து
மரணம் ஈண்டு தாண்டவமாடும்

நீர் உள்ளளவும் நிலம் உள்ளளவும்
வளி உள்ளளவும் வெளி உள்ளளவும்
நெருப்புள்ளளவும் குன்மம் வாழும்
சுற்றமும் நட்பும் சூழத் தழைத்து

●

திகைப்பாய் இருக்கிறது

எல்லாம் திகைப்பாய் இருக்கிறது

உடுக்க மெதுவானதாக இருந்த
பருத்தி நூல்வேட்டி
அடுத்த துவைப்பில் கிழிந்தது போல
நேற்றைய இரவின் இனிய உறவு
இன்று காலை கசந்து போவதும்

போற்றிப் புதுக்கிய நல்லுடல்
மரணமெனும் பெருவலி ஆசான்
மர்மத்தில் தட்டி வீழ்த்திய கணத்தில்
அச்சமும் அருவருப்புமாய் ஆகிப் போனதும்

பணிசெய்காலம் பாய்ந்து பறித்து
வாரிக் கோரிய புன்னெறியாளர்
புரட்சிச் சிறகுகள் பொருத்திக் கொண்டு
ஜோனதன் லிவிங்ஸ்டன் சீகல் போல
அடிவானத்துக்கு அப்பால்
பறக்க முயல்வதும்

காமக் கடும்பசி கொண்டலையும்
நோய்ப்பட்ட குக்கல் எக்கி நடந்து
முனகி முகர்ந்து முயன்று
திரிவதும்

தமக்குத் தாமே மௌலி கவிழ்த்தவர்
விதி எங்கும் வெறிதே கிடக்கும்
வாக்குகள் பார்த்துப் பாய்ந்து பொறுக்கிப்
பைகளில் போட்டுப்
பாது காப்பதும்

உறுமிக்கொண்டு வாலில் சுழிபோட்டு
சாய்க்கடை உழன்று இலவசமான
மனிதக் கழிவுக்கு அலந்து
இந்திய நாட்டின் மன்னர் பெருந்தொகை
சாலையில் அலைவதும்
காணத்
திகைப்பாய் இருக்கிறது
●

முள் மரம் - I

நடந்த பாதையில் நாளும் என்கடன்
முள்விதை தூவி வந்தேன்
முதற் சுற்று முடிந்தது
காரும் பசானமும் முள்ளே அறுவடை
பொலி மேனி கண்டது

படுக்கையில் முள் தாலத்தில் முள்
கருத்தில் முள் கனவில் முள்
மொழியில் முள் ஆட்சிக் கொடு முள்
கோபமுள் மோகமுள்
முள்ளெனப் பட்டதே இல்வாழ்க்கை

முளைத்த முட்செடி பிடுங்கிக் களைய
வந்த தடம்பல ஆய்ந்து நடந்தேன்
விதையெலாம் வளர்ந்து மரமாய் நின்றன

முள்ளும் ஒரு செடி முள்ளும் ஒரு கொடி
முள்ளும் ஒரு புதர் முள்ளும் ஒரு மரம
எனில்
முள் பயிரல்ல
முள்ளும் பயிரும் இடம் மாறலாகா
இளையதாக முள்மரம் கொல்லென
ஆசான் வள்ளுவன் அறிந்தே சொன்னான்
ஆனால் காலம் வைகிப் போனது
.

புலம்

சுக்காம் பாறையாய் வெடித்தது இப்புலம்
எருக்கு குருக்கு கற்றாழை கொடுக்கள்ளி
பயிரினம்
நச்சரவு குறுநரி அவயான் கழுகு
உயிரினம்
மயான மாடன் புலைமாடன் கழுமாடன்
வழிபடு தெய்வம்
ஆறலைக் கள்வர் குடிபடை

மேகம் கறுத்து
மின்னி இடித்துப்
பொழிந்தது மாமழை
பாறைகள் பிளந்து
பொங்கின நீர்ச்சுனை

கரும்பனை கதலி கன்னல் செந்நெல்
பாற்பசு காரெருமை
செங்கால் நாரை காகம் நாகணவாய்
அணிற்பிள்ளை
வெள்ளாம்பல் நீலோற்பலம் கயல் உகள
மருதம் மங்கலம் பூண்டது

உழவர் நற்குடி முருகன் அல்லது அழகு
உள்ளுறை தெய்வமும் ஒன்றுண்டு ஈண்டு
செவிப்படுதலும் கண்படுதலும்
கரந்து உறை காவல்
●

பிலம்

பிலம் ஒன்று கண்டுரைப்பீர்!

வாலிதன் வால்வலி அஞ்சிக் கரந்து
கார்த்தவீரியார்ச்சுனன் உறைந்த பிலம்
வள்ளிக் குறம்
ஒளிந்த குகை
கொத்துக் குண்டு தற்காத்து
பொடியன் பதுங்கு குழி
போன்ற

பிலம் ஒன்று கண்டு சொல்வீர்!

உணவுப் பங்கீடு வாக்காளர் அடையாளம்
ஓட்டுநர் உரிமம் கடவுச் சீட்டு
ஆகக் கனத்த ஆவணம் எரித்துக்
குழைத்துப் பூசி
மின்வெட்டு நீர்த்தட்டு
எரியெண்ணெய்ச் சொட்டு
எனப்பலப் புத்திமுட்டுக்
கடந்துறைய

பிலம் ஒன்று கண்டு வைப்பீர்!

சாய்க்கடை குடிசை அழுகல் பட்டினி

ஓலம் நோய் நடைபாதைச் சாவு
பகற்கொள்ளை
பம்மாத்துக் கருணை மழை
காட்டிக் கொடுத்தல் பகட்டுக் கவிநடைகள்
செம்மொழி பேசித் தன்மொழித் துரோகம்
தலைகாட்ட இயலாத

பிலம் ஒன்று கண்டடைவீர்!

காசுக்குப் பொய்பரப்பும் நோய் வளர்க்கும்
திரைப்படங்கள் தொலைக்காட்சி
தினத்தாள்கள் பேசு பேசென்று
பேசும் கைப்பேசி
கடந்து வராப்

பிலம் ஒன்று காவல் கொள்வீர்!

'கனியேனும் வறியசெங் காயேனும்
உதிர்சருகு கந்த மூலங்களேனும்
கனல் வாதை வந்தெய்தின் அள்ளிப்
புசித்து நான்கண் மூடி மௌனியாகித்
தனியே இருப்பதற்கு எண்ணினேன்'

பிலம் ஒன்று கண்டு சொல்வீர்!
●

நகை

உன் பங்கைப் பெற்றாய் நண்பா!
வழக்கில்லை வயிறெரிவும் இல்லை
மற்று ஆயிரம் பங்கும்
அள்ளிக் கொண்டாய்
அநீதி பேராசை தன்னலம்
குற்றம் வஞ்சம்
எனப்பல
சொற்கள் குறித்தது பேரகராதி

அதுவல்ல எமதிழிவு
ஒத்தாரையும் மிக்காரையும்
உனைத்
துதிக்கச் சொன்னாய்
கூர்மதி பேராற்றல்
தியாகம்
தழும்பு
விழுப்புண் விழாதபுண்
என மாற்றுப் பெயரணிந்தாய்

தனக்கெனக்
கோடிப்பங்கு குவித்தவர்
காற்செருப்பை
நாணமின்றி நக்கினாய்

செருப்பில் பட்ட எச்சில்
துடைக்கக் கண்டும்
செம்மாந்து நடந்தாய்

மேலங்கியில் ஒளிந்திருந்த
துவக்கை அஞ்சுவதாய்
கர்வம் கொண்டாய் நண்ப!

அச்சமல்ல
மலம் மிதித்து நிற்பதாய
அருவருப்பு

பறிபோன நூறாயிரம் கோடிப்
பங்குக் கானவர்
உயிர் சுமந்து
துவக்குகளின் குருட்டுக்
கண்களுக்கு அஞ்சிக்
கிடப்பது காணத்
தகிக்கிறது

காலம் கடந்தும்
மண்ணில் கிடந்தவர்
கனவும் இலாதவர்

அவர்
வெயில் கருகி நின்றார்
என உருகி
நீர்மோர் வழங்கிய

வள்ளலாய் இருந்தாய்
மக்கட்கு மூக்குச் சிந்தினாய்

வள்ளல் எனும் பிம்பம்
யாசித்து
நகைத்தாய்

நண்ப!

நாட்பட்டழுகிய சவத்தின்
கழுத்து மாலையென
மணத்தது
உன்
நகைப்பு.
●

கரப்பு

நற்காலை புலர்த்தி நல்லிரவு உறக்கிய
குறுஞ்செய்தி ஊற்றில் குருத்தது
குரலன்றித் தடயம் மற்றொன்றில்லை
முகம் என்பதோர் அனுமானம்
கனசெவ்வகத் தொட்டியைக்
கடலென நம்பும் வண்ணத்து மீனினம்
விபத்தோ விருப்போ சிம் தகடு தொலையக்
கலையும் மயக்கம்

கூற்றுவன் எய்திய கூற்று அவண் எய்த
காலம் கடந்து போம்
கன்னம் நனைத்து இருதுளி வீழும்
அன்றேல்
உதட்டுச் சுழிப்பில் உய்தலும் நேரும்
கசிந்து நெகிழ்ந்து காமுற்று உரைத்தவை
ககன வெளிதனில்
கரந்து கிடக்கும்
●

பெருந்திணை

இராப்பாடி பசியற
யாசித்து
உதிரும் முதுமையின்
கனவு

கண்டு எய்திய பின்னும்
தேடிச் சலிக்கும் ஞானியின்
தினவு

உற்றார் வெற்றியில்
களிக்கும் கணத்திலும்
உட்பாய்ந்து வருத்தும்
தோல்வியின்
நினைவு

கசந்ததோர்
எண்சீர் விருத்தமாய்
நலியும் எளிய என்
இதிகாசப்
புனைவு
●

வலியெறி காலம்

ஒற்றைப் படுத்தி
விலக்கி நிறுத்தக்
காரணம் கண்டடையலாம் இனி
ஒழுக்கம் அற்ற
உண்மை இலாத
உரக்க மொழிந்த
ஓயாது நிந்தித்த...

பற்பல தெளியும்
அறத்தின் ஆறும் அஃதெனத்
தோற்றும்

உண்மையின் சமீபம் என்பதும்
உண்மையின் சந்நிதி என்பதும்
இருவேறானவை

பேருவகை எய்தினால் சிறுவலி
பேரிடும்பைப் பட்டால் சிற்றுவகை

வசந்தத்தின் வருகை குயிலினம் பாடும்
கூற்றத்தின் கெக்கலி கூகையும் கொட்டும்

பாடுவது இயற் தொழில்
படுவது எம் விதி
●

நோன்பு

மலர்ந்ததன் மீதேறி மதுவுண்டு
உயிர்ப்புக்கு உதவும் ஒன்று
மகரந்தத் தேன்சேர்த்து வஞ்சமிகு
மாந்தர்க்கு வழங்கும் ஒன்று

தன்னூன் பெருக்கற்கு உதிரம் குடித்துக்
குடும்பம் பெருக்கும் மற்றொன்று

குருதியும் உறிஞ்சி நோக்கமே அற்று
நோயும் பரப்பும் வேறொன்று

ஆறறிவுடைய
அகிலமும் வென்ற
ஆனந்தப் பெருவெளி
அடைய முயன்றவர்
நோயை வளர்த்து நோய்தனைப் பரப்பி
நோய்க்கு இரையாக
நோன்பும் இருந்தார்.

முள்மரம் - II

காணாவிடின் காதல் மொழியாவிடின்
இருப்பு அதனை உணராவிடின்
என்ன போம்?

வெயில் காயும் காற்று அலைக்கும்
மழை பொழியும் மண் குளிரும்
எரிக்கும் அனல் உயரும்

புறக்கணிப்பின்
உவர் நீர் உண்டு
வேர் பரப்பிக் கொடிவீசி
முட்செடி வளரும்

வாழ அவாவுதல்
இளமக்களின் மணநாள்
கம்பூன்றி எனினும்
காண விழைதல்
காலன் கைக் கணக்கு

பயன் ஒன்றிலாத பிறப்பொன்றில்லை
பயன் என்றுரைப்பது எவர்தலை மாட்டு?

வேலிக்கு ஆகும் விறகுக்கு ஆகும்
படையொடுங்கு பாம்பின்
உறைவிடம் ஆகும்

இளையதாக முள்மரம் கொல்வதும்
முதியதான மோகமுள் பறிப்பதும்
முயன்று பார் தோற்றுப் போவாய்
●

சாக்கோட்டை

சுடலை நோக்கிய
என் வழித்தடத்தில்
செங்கொன்றையாய் நேசம்
பூத்துச் சொரியும்
சாக்கோட்டைக்கு
இன்னும் சில
அடியீடு மட்டும்
வாழும் ஆசையோ
வானினும் உயர்ந்தன்று
எனினும் இனித் திரும்ப ஒண்ணாது
அலை ஓயவும் மாட்டாது
●

விரகம்

மழைக்கு இருட்டி வரும் மதியம்
நகரப் பேருந்து நெரிசல்
உடல் புழுங்கி வியர்க்கிறது
வானொலியில் கனிந்தொழுகும்
விரக ரசம்
நாநீட்டிப் பருகும் இருசனம்
கனவின் மாங்கனி
பசியாற்றாது
விரகம் என்பதோர்
வியாபாரம்
●

ஆலகாலம்

ஆதி சேடன் எனும் ஆதிப் பாம்பு
பெயர்த்தெறிந்த மந்தரகிரி மத்து
அட்டமா நாகங்கள்
அநந்தன் வாசுகி தட்சகன் கார்க்கோடகன்
பத்மன் மாபத்மன் சங்கன் குளிகன்
என்பாரில்
ஆதிசேடன் அருமைத் தம்பி
வாசுகி வடம்
மத்து மூழ்காத் தாங்கு என
மிதக்கும் கூர்மம்
அசுரர் ஓர்பால் தேவர் மறுபால்
கிருத யுகத்தில் கடைந்தனர்
பாற்கடல்
திரண்டு எழுந்த
ஆல காலம்
முதலில் வந்து
ஆதிசிவன் கண்டத்துள்
தங்கிற்று

தொய்வற்றுத் தொடரும்
கடைதொழில் கலியுகத்தும்

அதிகார இனத் தாம்பு
பெருந்தொழில் நிறுவன மலை
அடி தாங்கத் தரகு ஆமை
முரண் முற்றி
பகை கரந்து
மூர்க்கத் தீ உமிழ்ந்து
ஆளும்
ஆண்ட
ஆசைகொண்ட
சுயநலக் கயமைக் கரங்கள்
முன்னும் பின்னுமாய்ப்
பலங்கொண்டு பற்றி வலித்து
மக்களாட்சிப்
பாற்கடல் துழாய்ந்து கடைய
யாவும் வந்தன

செந்திரு கௌத்துவம் இந்திராணி
சந்திரன் ஐராவதப உச்சைச் சிரவம்
ஐந்தருக்கள் வாருணி தேவமாதர்
அமுத கலசம்
எனவாங்கு

பிள்ளை கட்கு பெயரர்க்கு பங்காளிகட்கு
தாயாதிகட்கு கூட்டாளிகட்கு நண்பர்க்கு
அடியாரில் நல்லார்க்கு நச்சிய இனியவர்க்கு
துதிபாடிகட்கு தூமை குடித்தவர்க்கு
எடுபிடிகட்கு ஏவலர்க்கு
காதலர்க்கு தரகர்க்கு
அவர் பெயரில் தம்தொழில் முனைவோர்க்கு
பூசாரிகட்கு புன்தொழிற் போற்றும்
புலவர்க்கு

பங்கு பங்காகப் பகிர்ந்து கொடுத்துக்
குறையொன்றும் இல்லை நிறைமூர்த்தி கண்ணா!

தென்னிலங்கைச் செற்றானே தாலேலோ!
தேவர் குறை தீர்த்தானே தாலேலோ!!

காலம் தேர்ந்து
கடைசியில் வந்தது கொடு நஞ்சு

திரைப்படமாய் குறுந்திரையாய் ஊடகமாய்
கல்விக்கூடங்களாய் மதப்பீடங்களாய்
மருந்துமனைகளாய் விளம்பரமாய்
பகற்கொள்ளை
FORWARDING MARKET
என்பனவாய்

வயிறு பசித்திருந்த தொல்குடிகள்
இருகையால்
வாரி உண்டனர்

கண்டத்துத் தங்காது இரைப்பைக்கு
இறங்கியது
கொல்விடம்
நீலம் வலுவாய்ப் படர்ந்து
எங்கும் ஏறிற்று
●

சவம்

நெருப்பன்ன நெடுமாலாய்
நின்று உள் எரியும் உன் ஓர்மை

பொன்னெனப் பேணி
விலங்குபோல் நக்க
என்றுமோர் புதுப்புண்
ஐந்தடக்கும் கூர்மமாய்
ஒடுங்குதல் போம்வழி

எரிந்தடங்கா வன்நெஞ்சக்
கரும்பாறை
பழுக்கும் சிவக்கும்
வெடிக்கும் சிதறும்
இருப்பழியாது

இறுதி வடிவம் மணலென்பாரும்
அதனினும் இறுதி துகளென்பாரும்
துகளும் அறுதி அல்லென்பாரும்
அறிவதெங்ஙனம்
உயிரின் உணர்வை

தன்னுயிர்க்கு உறுதி எண்ணாக்
கல்லேதான்
வடிசிலை வளர்தூண்
நடக்கும் பாளம்
குறு சரளை பூம்மணல்
பொன்துகள்

அனைத்திலும் சலித்து
ஆடி நிற்ப(து)
உயிரின் கூறு
துடித்தல் உயிர்
அடங்குதல் சவம்
●

பச்சை நாயகி - II

முந்தி வந்தேன்
ஊழி காலத்துப்
பசியோடும்
பந்தியில் அமர்ந்தேன்
எனை ஒதுக்கி இலை தாண்டிப் போய்
விளம்புகிறாய்

அறியாதவள் இல்லை
அலட்சியமும் அல்ல
உன் நோக்கம் சிந்தைக்குத்
தெளியவே இல்லை

வழக்குரைக்க யான் வல்லேன் அல்லன்
அவமானம் தாங்கவும் ஒண்ணேன்
எழுந்து
பந்தல் கால் பற்றித்
தளர்ந்து நடப்பேன்

பச்சை நாயகி!
'நன்றே செய்வாய் பிழை செய்வாய்
நானோ இதற்கு நாயகமே!'
●

நேர்பட உரைத்தல்

கோவை விஜயா பதிப்பக வெளியீடாக, 2001இல் எனது முதல் கவிதைத் தொகுப்பு 'மண்ணுள்ளிப் பாம்பு' வெளியானது. 1990முதல் 2000 வரை நான் எழுதிப் பார்த்தவை. பத்தாண்டுகள் ஆகியும் படிகள் இன்னும் விற்றுத் தீர்ந்த பாடில்லை. அந்தத் தொகுப்பை, மூத்த போராளி, 'சரஸ்வதி' 'சமரன்' ஆசிரியர் திரு.விஜய பாஸ்கரன் வெளியிட்டார். இரு திங்கள் முன்பு ஒரு திறனாய்வுக் கருத்தரங்கில் அவரைச் சந்தித்து உரையாடியபோது இன்னொரு கவிதைத் தொகுப்பு பற்றிய யோசனை வந்தது.

பத்தாண்டுகளாகக் கவிதை எழுதிப்பார்க்க நான் முயன்றதில்லை. 2001 சென்னைப் புத்தகக் கண்காட்சியில் பரபரப்பாக விற்பனையான புத்தகம் 'மண்ணுள்ளிப் பாம்பு' என்று சுந்தர ராமசாமி முன்னிலையில் என்னைக் கேலி பேசியதும், முப்பத்தைந்து ஆண்டுகால நண்பர், கலை இலக்கியத் திறனாய்வாளர், இந்திரன், என் கரங்கள் பற்றி, 'வேண்டாம் இந்த மரண விளையாட்டு' என மன்றாடியதும், வேறு சில நண்பர்கள், 'உனக்குக் கவிதை வராது' எனத் தெளித்துக் கூறியதும் நிச்சயமாகக் காரணங்களல்ல.

ஆற்றங்கரைக் கற்கட்டுச் சுவரை ஒட்டி, கொம்பு கொழுவிச் சண்டையிட்டு, மூக்கு முழைகளில் தீப்பறக்கப் பொருதி, தடுக்கிச் சரிவில் விழுந்து, செப்பு நவண்டு, வாகட வைத்தியர் கைவிட்டு, தோலுக்கும் கறிக்கும் விற்கப்பட்டு, கொண்டுபோக வரும் கசாப்புக் கடைக்காரனின் கைவண்டிக்குக் காத்திருக்கும் காளையாக நான் உணர்ந்ததும் இல்லை.

2009இன் தொடக்கக் காலம் மனப் போராட்டம் நிறைந்ததாக இருந்தது. ஈழத்துத் துயரம், கொத்துக் கொத்தான கொலை பாதக மரணங்கள், நாதியற்றுப் போனதோர் இனத்தின் பேரழிவு, தாய் மண்ணின் நயவஞ்சகம் அல்லது நபும்சகம்... இரகசியமாய் அழுவதன்றி மார்க்கமென்ன நமக்கு?

'பாளையாம் தன்மை செத்தும்
பாலனாம் தன்னை செத்தும்
காளையாம் தன்மை செத்தும்
காமுறும் இளமை செத்தும்
மீளும் இவ்வியல்பு மின்னே
மேல்வரும் மூப்பும் ஆகி
நாளும் நாம் சாகின்றோமால்
நமக்கு நாம் அழாத தென்னே!'

என்பது தமிழ்ப்பாடல்.

நமக்கு என்று அழவே நேரம் போதவில்லை. பிறகெங்கே இனத்துக்கு மாரடிப்பது 'அம்மாடி, தாயரே' என்று?

என் தாயைச் சான்றோயைக்
கொன்றானும் நின்றான் கொலையுண்டு நீ கிடந்தாய்
வன்தாள் சிலை ஏந்தி வாரிக்கடல் சுமந்து
நின்றேனும் நின்றேன் நெடுமரம்போல் நின்றேனே!'

என்ற கம்பன் பாடல் அலைக்கழித்துக் கொண்டிருந்த காலம். 'தீங்கு தடுக்கும் திறனிலேன் எனும் பீஷ்மன்குரல் பேராட்சி செய் காலம். சீனப் பெருஞ்சுவரா, சயாம் மரண ரயிலா, ஈழக் கடற்கரையா? எது வெங்கொடுமை, வன்கொடுமை, புன்கொடுமை?

ஈண்டு தேர்தல் ஆர்ப்பாட்டங்களில் தேசம் களைகட்டிக் கிடந்தது. புன் செல்வம் நச்சுப் புகையெனப் பரந்து நஞ்சுக்கும் போதைக்கும் வேறுபாடறியா மக்களை மயக்கியது. மேலும் இங்கு விவரித்துச் சொல்ல இயலாத வேறு சில மானசீக அவஸ்தைகளும் என் குளம் கலக்கியபோது, கவிதை என்றொரு மடை திறந்தது. பாரங்களை இறக்கி வைக்க அல்லது தோள் மாற்ற...

2009 ஏப்ரல் முதல் அக்டோபர் 2010வரை ஏதோ ஒரு கவிக்கோமரம் வந்ததுபோல் கவிதைகள் எழுதினேன். அந்த ஆவேசத்துக்கான மனநிலையைச் சொல்லியாயிற்று. ஆனால் அவை எதுவும் தமிழ்க்கவிதை அரங்கில் எனக்கோர் இருக்கை வழங்கும் என்ற எதிர்பார்ப்பு இல்லை, கோரிக்கையும் இல்லை.

எனது கவிதைகளைப் பற்றிய உணர்வுகளை ஏற்கனவே கூறியதுண்டு. கூறியது கூறல் குற்றம் களைவான் வேண்டி அதைத் தவிர்க்கிறேன்.

தமிழ்க் கவிதை பற்றிய என் மதிப்பீடு மிக உயர்வானது. மொழியின் அதிகபட்ச சாத்தியப்பாடு கவிதை என்பதுமறிவேன். ஆகப் பெரிய' சாத்தியப்பாடு என்றும் எழுதலாம் தான். அந்த சொல்லாட்சி, தமிழுக்கு

சுந்தர ராமசாமியின் கொடை. இன்றது உடுத்தி உடுத்தி நைந்து கிழிந்து நால்கிறது. எனவே கவிதை எழுதுவது மிகப் பொறுப்பான செயல்பாடு. ஒரு கவிதை பொறுப்பற்றுக் கையாளப் படுமாயின் அதில் விசனம் கொள்கிறது மனம். மொழியின் தொடர்ந்து 35 ஆண்டுகள் செயல்பட்டுக் கொண்டிருப்பவன் எனும் உரிமையில், மொழியின் உச்சம், கவிதையின் உச்சம் பலருக்கும் கை கூடாமற் போவதன் துயரத்தை பிற தீவிரக் கவிதை வாசகனைப் போல நானும் பகிர்ந்து கொண்டதுண்டு.

கவிதை கைவரப் பெறாததால் நவீன தமிழ்க் கவிஞர் மீது எனக்குப் பொறாமை என்றும், பாய்ந்து பிடுங்குகிறேன் என்றும் வியாக்கியானம் எழுதினார்கள். பொறாமைப் படும்படியான எழுத்தைப் பூப்போட்டுக் கும்பிடுகிறவன் நான், யாரதை எழுதினாலும். எனது ஆயாசம், பாட்டன், முப்பாட்டன் எட்டிய சிகரங்களைக் கற்பனையால் கூடத் தொடமுடியாத கவிநலிவு.

'பொருசமரில் முடிதுணித்துப் புலால் நாறு
வெங்குருதி பொழிய வெற்றி
முரசறையும் பொழுதல்லால் விரித்த குழல்
இனியெடுத்து முடியேன்'

என்று வில்லிபுத்தூரான் பாடியது போல வெஞ்சினம் ஏற்கத் திறனற்று ஈங்கோர் இனம் மானங்கெட்டுப் போய் படைப்பாளியின் சாதி தேடி அலைகிறதே எனும் பரிதாபம்.

என்னால் முடிந்தவை இந்தக் கவிதைகள். கழுதை தன் காமத்தைக் கத்தித் தீர்க்கும் என்பார்கள். எனக்குத் தெரிந்த கவிமொழியில், என் கையறு நிலையைக் கரந்து உரைத்தேன். கரந்து உரைப்பது அரசியல்காரர் வன்மங்களில் இருந்து தன்னையும் குடும்பத்தையும் காத்துக் கொள்ள.

குணங்குடி மஸ்தானைப் போல,
'மீசையுள் ளாண்பிள்ளைச் சிங்கங்கள் என் கூடத்
தெருவினில் வாருங்கள் காணும்
நாசி நிரம்பவும் மயிர்தான் இரண்டுகால் நடுவிலும்
ஒரு கூடை மயிர்தான்
ரோசங் கெடுவார்கள் என்கடை மயிர்தான்'
என்ற என் கவிதைகள் சில செம்மாந்தும் பேசுகின்றன.

ஆனால் நல்ல கவிதைகளை வாசித்து அனுபவிப்பது என் வாழ்க்கையின் குறிக்கோளே அன்றி, நல்லகவிதை என் கவிதை எனச் சாதிப்பது அல்ல.

'பழமறைகள் முறையிடப் பைந்தமிழ்ப் பின் சென்ற
பச்சைப் பசுங் கொண்டலே'

என மதுரை மீனாட்சியம்மைப் பிள்ளைத் தமிழில், பதினேழாம் நூற்றாண்டுக் குமரகுருபரன் ஏங்கும்போது எளிய யாம் எம்பாடு?

கட்டுரைகளில் சிறுகதைகளில் வெளிப்படுத்த இயலாத முறையீடுகள், புலம்பல்கள் கவிதைகளில் சாத்தியம் ஆயின. 'ருடாலி' எனும் இந்திப் படத்தில் சோகத்தின், விரக்தியின், மரணத்தின் வலியை புபேன் ஹசாரிக்காவின் இசை வெளிப்படுத்தியதைப் போன்று, அதே மெய்ப்பாடுகளை என் கவிதை வெளிப்படுத்த முடியுமானால்...

தாயுமானவன் தான் நினைவுக்கு வருகிறார். 'அகிலமெல்லாம் கட்டி ஆளினும் கடல் மீதும் ஆட்சி செலவே நினைவர்' என. பேராசைதான், எனினும் 'அத்தனைக்கும் ஆசைப்படு' என்கிறார் சத்குரு ஜக்கி வாசுதேவ்.

கவிதை ஆவேசம் இன்றெனக்கு வடிந்து போய்விட்டது. சில இழப்புக்களையும் பகையையும் இந்தக் கவிதைகள் தேடித் தந்ததும் உண்மை. மேலும் பத்தாண்டுகள் பொறுத்து, எல்லாம் வாய்க்குமானால், இன்னும் சில எழுதிப் பார்க்கலாம். கவித்தமிழும் கைப்பழக்கம், கன்னக்கோலும் மனப்பழக்கம்.

வேறேங்கோ எழுதினேன்- கட்டுரைகளும் கவிதைகளும் எழுதப் புகுந்து என் சொந்தப்புலம் பயிராகாமல் தரிசாகக் கிடக்கிறது என. மறுபடியும் ஆங்கு என் பலம் பரிசோதித்துக்கொள்ளவும் நிலைநாட்டிக்கொள்ளவும் வேண்டும். 'பச்சை நாயகி' எனும் இத் தொகுப்பின் கவிதைகளில் கதிர்வீசும் சீற்றம், கையறுநிலை, தன்னிரக்கம் உங்களையும் பற்றிக்கொள்ளுமாயின், அது இவற்றின் பண்பும் பயனும்.

அரசியல், சமூகத் தீமைகள் இன்று முள் மரங்கள் மட்டுமே அடர்ந்த பெருங்காடு. வெட்டிச் சாய்க்க ஏலாது, எத்தனபேர் கோடரி வீசி, வியர்வை பெருக்கினாலும் பெரு நெருப்பொன்று எளிதாய் அவ்வேலையைச் செய்துவிடக் கூடும். அதற்கான அக்கினிக் குஞ்சு எவரெழுத்தில் மறைந்திருக்கிறது என உங்களைப் போல நானும் தேடுகிறேன். ஆற்றலுள்ள குஞ்சுகள் சில ஆள்பவருக்கும் அதிகாரத்துக்கும் சுருட்டுப் பொருத்திக் கொண்டிருக்கின்றன. சுழன்றும் சொற்பின்னது உலகு என்பதறியாமல்.

இந்தக் கவிதைகளைப் பொருட்படுத்தி வெளியிட்ட பருவ இதழ்களுக்கும் வாசித்து உணர்வுகளைப் பகிர்ந்துகொண்ட சில இளைய நட்புக்களுக்கும் என் கடப்பாடு. தொகுப்பாக்கி வெளியிடும் 'உயிர் எழுத்து' சுதீர் செந்திலுக்கு நன்றி.

மிக்க அன்புடன்
நாஞ்சில் நாடன்
கோவை-641 028
10 நவம்பர் 2010

குறிப்புகளுக்காக